學校 - โรงเรียน 2
旅行 - การท่องเที่ยว 5
交通運送 - ขนส่ง 8
城市 - เมือง 10
地形 - ภูมิประเทศ 14
餐館 - ร้านอาหาร 17
超市 - ซูเปอร์มาร์เก็ต 20
飲料 - เครื่องดื่ม 22
食物 - อาหาร 23
農場 - ฟาร์ม 27
房子 - บ้าน 31
客廳 - ห้องนั่งเล่น 33
廚房 - ห้องครัว 35
浴室 - ห้องน้ำ 38
兒童房 - ห้องพักสำหรับเด็ก 42
衣服 - เสื้อผ้า 44
辦公室 - สำนักงาน 49
經濟 - ความประหยัด 51
職業 - อาชีพ 53
工具 - เครื่องมือ 56
樂器 - เครื่องดนตรี 57
動物園 - สวนสัตว์ 59
體育 - กีฬา 62
活動 - กิจกรรม 63
家 - ครอบครัว 67
身體 - ร่างกาย 68
醫院 - โรงพยาบาล 72
緊急情形 - ฉุกเฉิน 76
地球 - โลก 77
鐘錶 - นาฬิกา 79
週 - สัปดาห์ 80
年 - ปี 81
形狀 - รูปร่าง 83
顏色 - สี 84
反義詞 - ตรงกันข้าม 85
數字 - เลข/จำนวน 88
語言 - ภาษา 90
誰/什麼/如何 - ใคร / อะไร / อย่างไร 91
方位 - ที่ไหน 92

Impressum
Verlag: BABADADA GmbH, Nedderfeld 112 , 22529 Hamburg
Geschäftsführer / Verlagsleitung: Harald Hof
Druck: Books on Demand GmbH, In de Tarpen 42, 22848 Norderstedt

Imprint
Publisher: BABADADA GmbH, Nedderfeld 112 , 22529 Hamburg, Germany
Managing Director / Publishing direction: Harald Hof
Print: Books on Demand GmbH, In de Tarpen 42, 22848 Norderstedt

1

โรงเรียน

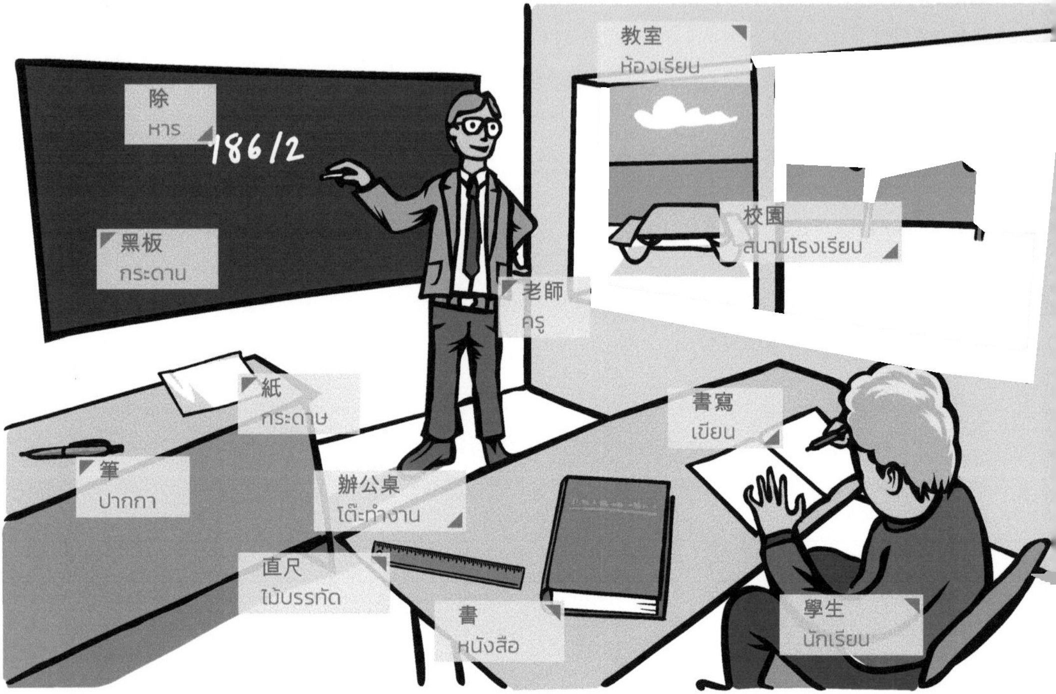
教室
ห้องเรียน
除
หาร
186/2
黑板
กระดาน
校園
สนามโรงเรียน
老師
ครู
紙
กระดาษ
書寫
เขียน
筆
ปากกา
辦公桌
โต๊ะทำงาน
直尺
ไม้บรรทัด
書
หนังสือ
學生
นักเรียน

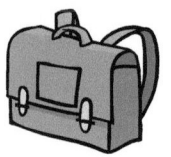

書包
กระเป๋าหนังสือ

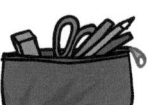

鉛筆盒
กล่องดินสอ

鉛筆
ดินสอ

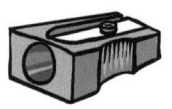

削鉛筆機
กบเหลาดินสอ

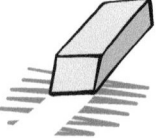

橡皮擦
ยางลบ

畫板
สมุดวาดภาพ

圖畫
ภาพวาด

畫筆
พู่กัน

顏料盒
กล่องสี

剪刀
กรรไกร

膠水
กาว

練習冊
สมุดแบบฝึกหัด

家庭作業
การบ้าน

12

數字
ตัวเลข

2+2

加
บวก

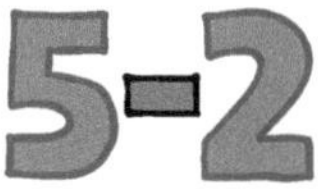

5-2

減
ลบ

2×2

乘
คูณ

計算
คำนวณ

A

字母
ตัวอักษร

ABCDEFG
HIJKLMN
OPQRSTU
VWXYZ

字母表
อักษรพยัญชนะ

字
คำ

課文

ข้อความ

讀

อ่าน

粉筆

ชอล์ก

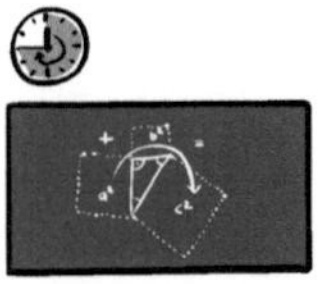

上課

บทเรียน

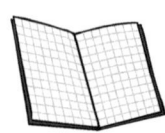

登記

ลงทะเบียน

考試

การสอบ

證書

ใบรับรอง

校服

ชุดนักเรียน

教育

การศึกษา

百科全書

สารานุกรม

大學

มหาวิทยาลัย

顯微鏡

กล้องจุลทรรศน์

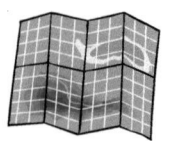

地圖

แผนที่

廢紙簍

ตะกร้าใส่เศษกระดาษที่ไม่ใช้แล้ว

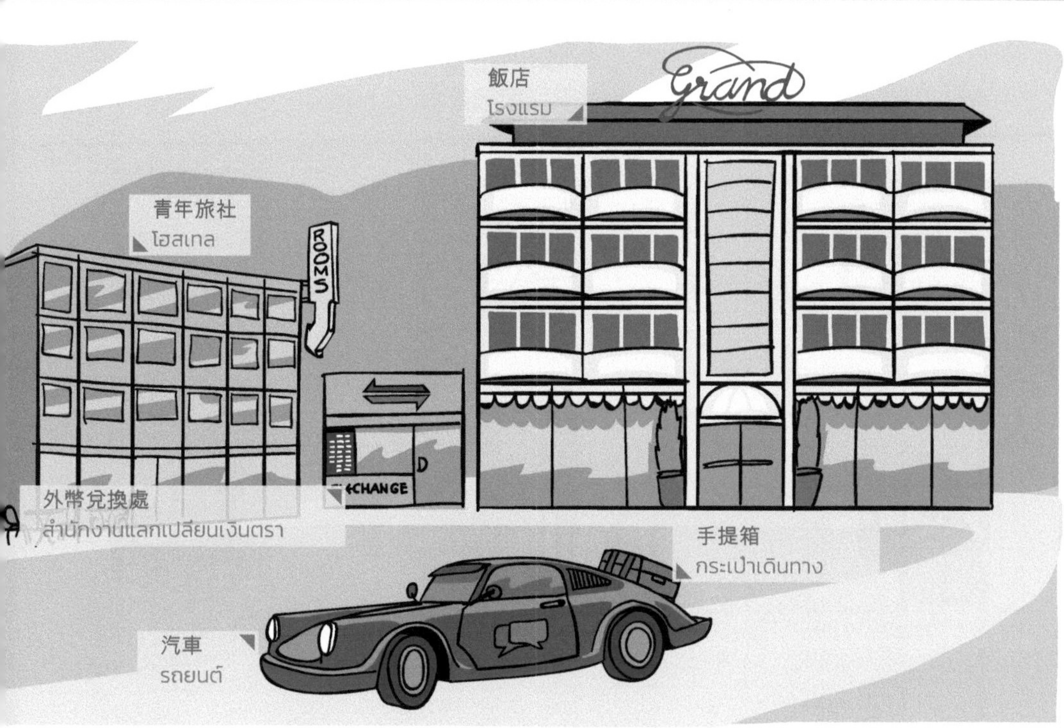

飯店
โรงแรม
Grand
青年旅社
โฮสเทล
ROOMS
外幣兌換處
สำนักงานแลกเปลี่ยนเงินตรา
手提箱
กระเป๋าเดินทาง
汽車
รถยนต์

語言

ภาษา

是/否

ใช่/ไม่ใช่

好的

ตกลง

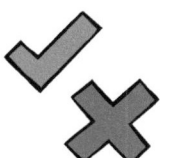

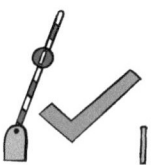

您好

สวัสดี

翻譯人員

นักแปล

謝謝

ขอบคุณ

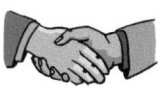

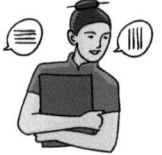

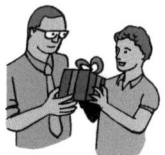

......多少錢？
ราคาเท่าไหร่...?

我不明白
ฉันไม่เข้าใจ

問題
ปัญหา

晚上好！
สวัสดีตอนเย็น

早上好！
สวัสดีตอนเช้า

晚安！
ราตรีสวัสดิ์

再見
แล้วพบกันใหม่

方向
ทิศทาง

行李
กระเป๋าเดินทาง

包
กระเป๋า

背包
กระเป๋าสะพายหลัง

客人
แขก

房間
ห้อง

睡袋
ถุงนอน

帳篷
เต้นท์

旅行資訊

ข้อมูลนักท่องเที่ยว

海灘

ชายหาด

信用卡

บัตรเครดิต

早餐

มื้อเช้า

午餐

มื้อกลางวัน

晚餐

มื้อเย็น

票

ตั๋ว

電梯

ลิฟต์

郵票

แสตมป์

邊界

พรมแดน

海關

ภาษีศุลกากร

大使館

สถานทูต

簽證

วีซ่า

護照

พาสปอร์ต

飛機
เครื่องบิน

船
เรือใหญ่

消防車
รถดับเพลิง

公車
รถโดยสารประ

卡車
รถบรรทุก

汽艇
เรือยนต์

腳踏車
จักรยาน/จักรยานยนต์

汽車
รถยนต์

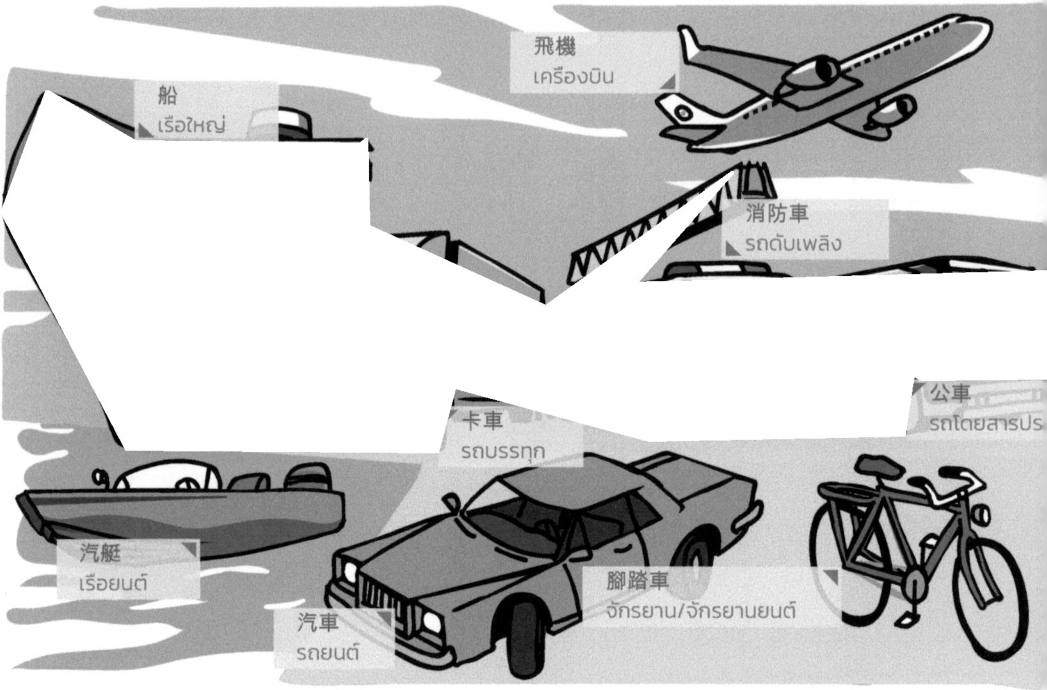

渡輪

เรือข้ามฟาก

小船

เรือ

機車

รถจักรยานยนต์

警車

รถตำรวจ

賽車

รถแข่ง

租車

รถเช่า

拼車
การแบ่งกันใช้รถยนต์

拖車
รถลาก

垃圾車
รถขยะ

馬達
เครื่องยนต์

汽油
เชื้อเพลิง

加油站
ปั๊มน้ำมัน

交通標識
เครื่องหมายจราจร

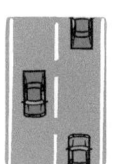

交通
การจราจร

交通堵塞
การจราจรติดขัด

停車場
ที่จอดรถ

火車站
สถานีรถไฟ

軌道
รางรถไฟ

火車
รถไฟ

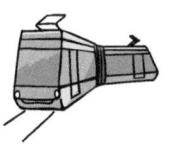

路面電車
รถราง

客車廂
ตู้รถไฟ

直升機

เฮลิคอปเตอร์

機場

สนามบิน

塔

หอคอย

乘客

ผู้โดยสาร

集裝箱

ตู้บรรจุสินค้า

紙板箱

กล่องกระดาษ

手推車

รถเข็น/รถลาก

籃子

ตะกร้า

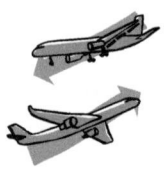

起飛/降落

บินขึ้น/ ลงจอด

เมือง

村莊

หมู่บ้าน

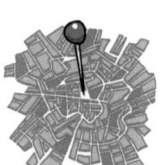

市中心

ใจกลางเมือง

房子

บ้าน

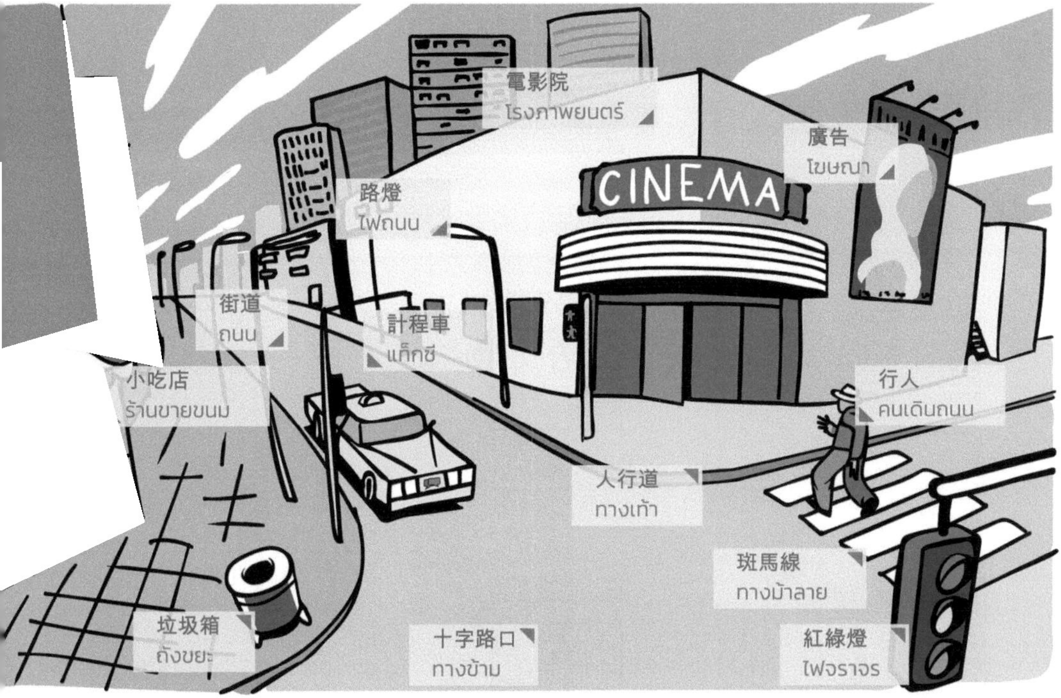

電影院
โรงภาพยนตร์
廣告
โฆษณา
路燈
ไฟถนน
CINEMA
街道
ถนน
計程車
แท็กซี่
小吃店
ร้านขายขนม
行人
คนเดินถนน
人行道
ทางเท้า
斑馬線
ทางม้าลาย
垃圾箱
ถังขยะ
十字路口
ทางข้าม
紅綠燈
ไฟจราจร

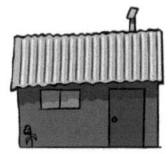

小屋

กระท่อม

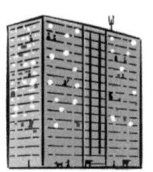

公寓

แฟลต

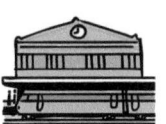

火車站

สถานีรถไฟ

市政廳

ศาลากลางจังหวัด

MUSEUM

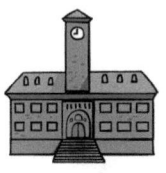

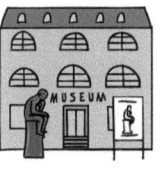

博物館

พิพิธภัณฑ์

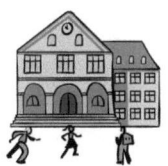

學校

โรงเรียน

大學

มหาวิทยาลัย

銀行

ธนาคาร

醫院

โรงพยาบาล

飯店

โรงแรม

藥房

ร้านขายยา

辦公室

สำนักงาน

書店

ร้านขายหนังสือ

商店

ร้านค้า

花店

ร้านขายดอกไม้

超市

ซูเปอร์มาร์เก็ต

市場

ตลาด

百貨商店

ห้างสรรพสินค้า

魚店

ร้านขายปลา

購物中心

ศูนย์การค้า

海港

ท่าเรือ

公園
สวนสาธารณะ

長凳
ม้านั่ง

橋
สะพาน

樓梯
บันได

捷運
รถไฟใต้ดิน

隧道
อุโมงค์

公車站
ป้ายรถเมล์

酒吧
บาร์

餐館
ร้านอาหาร

郵筒
ตู้ไปรษณีย์

路標
ป้ายชื่อถนน

停車計時器
มิเตอร์เก็บค่าจอดรถ

動物園
สวนสัตว์

游泳池
สระว่ายน้ำ

清真寺
สุเหร่า/มัสยิด

農場
ฟาร์ม

污染
มลพิษ

墓地
สุสาน

教堂
โบสถ์

操場
สนามเด็กเล่น

寺廟
วัด

ภูมิประเทศ

樹葉
ใบไม้

指示牌
ป้ายบอกทาง

路
ทาง

草地
ทุ่งหญ้า

石頭
ก้อนหิน

樹
ต้นไม้

徒步旅行者
นักเดินทางไกลด้วยเท้า

河
แม่น้ำ

草
หญ้า

花
ดอกไม้

峡谷

หุบเขา

丘陵

เนินเขา

湖

ทะเลสาบ

森林

ป่า

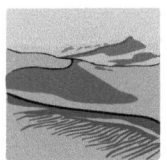

沙漠

ทะเลทราย

火山

ภูเขาไฟ

城堡

คฤหาสน์

彩虹

รุ้งกินน้ำ

蘑菇

เห็ด

棕榈树

ต้นปาล์ม

蚊子

ยุง

苍蝇

แมลงวัน

蚂蚁

มด

蜜蜂

ผึ้ง

蜘蛛

แมงมุม

甲蟲

แมลงปีกแข็ง

青蛙

กบ

松鼠

กระรอก

刺蝟

เม่น

野兔

กระต่ายป่า

貓頭鷹

นกฮูก

鳥

นก

天鵝

หงส์

野豬

หมูป่าตัวผู้

鹿

กวาง

麋鹿

กวางมูส

水壩

เขื่อน

風力發電機

กังหันลม

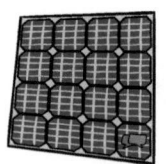

太陽能電池板

แผงโซล่าเซลล์

氣候

สภาพอากาศ

服務生
▶ บริกรชาย

菜譜
รายการอาหาร

椅子
เก้าอี้

湯
ซุป

披薩餅
พิซซ่า

餐具
เครื่องใช้บนโต๊ะอาหาร

桌布
ผ้าปูโต๊ะ

前菜
อาหารเรียกน้ำย่อย

主菜
อาหารจานหลัก

甜點
ของหวาน

飲料
เครื่องดื่ม

食物
อาหาร

瓶子
ขวด

速食

อาหารจานด่วน

街邊小吃

ร้านข้างถนน

茶壺

กาน้ำชา

糖盒

โถใส่น้ำตาล

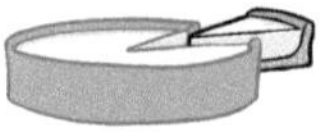

一份飯菜

ส่วนแบ่งอาหารสำหรับหนึ่งคน

義式咖啡機

เครื่องชงกาแฟเอสเปรสโซ่

高腳椅

เก้าอี้สูง

帳單

ใบเสร็จ

托盤

ถาด

刀

มีด

餐叉

ส้อม

勺子

ช้อน

茶匙

ช้อนชา

餐巾

ผ้าเช็ดปากบนโต๊ะอาหาร

玻璃杯

แก้วน้ำ

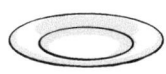

碟子

จาน

湯盤

จานซุป

碟子

จานรอง

醬

ซอส

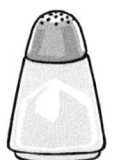

鹽瓶

กระปุกเกลือ

胡椒研磨罐

กระปุกบดพริกไทย

醋

น้ำส้มสายชู

食用油

น้ำมันที่ใช้ปรุงอาหาร

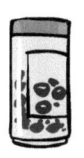

調味料

เครื่องเทศ

番茄醬

ซอสมะเขือเทศ

芥末

มัสตาร์ด

美乃滋

มายองเนส

ซูเปอร์มาร์เก็ต

ข้อเสนอพิเศษ
FOR
顧客
ลูกค้า
乳製品
ผลิตภัณฑ์ที่ทำจากนม
水果
ผลไม้
購物車
รถเข็น

肉鋪

ร้านขายเนื้อ

麵包店

ร้านขายขนมปัง

稱重

ชั่งน้ำหนัก

蔬菜

ผัก

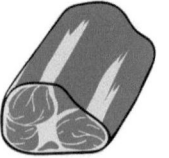

肉

เนื้อ

冷凍食品

อาหารแช่แข็ง

冷盤

อาหารเนื้อตัดเย็น

罐頭食品

อาหารกระป๋อง

洗衣粉

ผงซักฟอก

甜食

ขนมหวาน/ลูกกวาด

日用品

ผลิตภัณฑ์ในครัวเรือน

清潔用品

ผลิตภัณฑ์ทำความสะอาด

銷售員

พนักงานขายหญิง

收銀機

เครื่องคิดเงิน

收銀員

พนักงานจ่ายเงิน

購物清單

รายการซื้อของ

開放時間

เวลาเปิดทำการ

錢包

กระเป๋าสตางค์

信用卡

บัตรเครดิต

袋子

กระเป๋า

塑膠袋

ถุงพลาสติก

水

น้ำเปล่า

果汁

น้ำผลไม้

牛奶

นม

可樂

โค้ก

紅酒

ไวน์

啤酒

เบียร์

酒

แอลกอฮอล์

可可

โกโก้

茶

ชา

咖啡

กาแฟ

義式濃縮咖啡

เอสเปรสโซ่

卡布奇諾

คาปูชิโน่

香蕉

กล้วย

蘋果

แอปเปิ้ล

柳丁

ส้ม

西瓜

เมลอน

檸檬

มะนาว

胡蘿蔔

แครอท

大蒜

กระเทียม

竹子

ต้นไผ่

洋蔥

หัวหอม

蘑菇

เห็ด

堅果

ถั่ว

麵條

ก๋วยเตี๋ยว

義大利麵

สปาเก็ตตี

米飯

ข้าว

沙拉

สลัด

薯條

มันฝรั่งทอด

炸馬鈴薯

มันฝรั่งทอด

披薩餅

พิซซ่า

漢堡

แฮมเบอร์เกอร์

三明治

แซนด์วิช

炸豬排

ชิ้นเนื้อไร้กระดูก

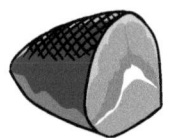

火腿

แฮม

義大利臘腸

ไส้กรอกแห้งซาลามิ

香腸

ไส้กรอก

雞肉

ไก่

烤肉

ย่าง/ปิ้ง

魚

ปลา

燕麥片

โจ๊กข้าวโอ๊ต

木斯里

ธัญพืชอบกรอบ

玉米片

คอร์นเฟล็ค

麵粉

แป้งทำอาหาร

牛角麵包

ครัวซองค์

麵包捲

ขนมปังสโคน

麵包

ขนมปัง

吐司

ขนมปังปิ้ง

餅乾

บิสกิต

奶油

เนย

凝乳

นมข้น

蛋糕

เค้ก

蛋

ไข่

煎蛋

ไข่ดาว

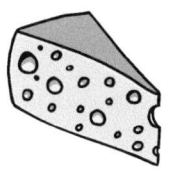

起司

ชีส

食物 - อาหาร

冰淇淋

ไอศกรีม

糖

น้ำตาล

蜂蜜

น้ำผึ้ง

果醬

แยม

巧克力醬

ช็อกโกแลตครีมสเปรด

咖哩

แกงกะหรี่

農舍
บ้านไร่

糧倉
ยุ้งฉาง

稻草捆
ก้อนฟาง

田野
ทุ่งนา

馬
ม้า

拖車
รถพ่วง

拖拉機
รถแทรกเตอร์

馬駒
ลูกม้า

驢
ลา

羔羊
ลูกแกะ

羊
แพะ

山羊

แพะ

奶牛

วัวตัวเมีย

小牛

ลูกวัว

豬

หมู

小豬

ลูกหมู

公牛

วัวตัวผู้

鵝

ห่าน

鴨

เป็ด

小雞

ลูกไก่

母雞

แม่ไก่

公雞

ไก่ตัวผู้

鼠

หนู

貓

แมว

老鼠

หนู

牛

วัวตัวผู้สำหรับใช้แรงงานในฟาร์ม

狗

สุนัข

狗屋

บ้านสุนัข

花園澆水軟管

สายยางที่ใช้ในสวน

澆水壺

บัวรดน้ำต้นไม้

長柄大鐮刀

เคียวด้ามยาว

犁

คันไถ

鐮刀

เคียว

鋤頭

จอบ

長柄草耙

คราด

斧頭

ค้อน

獨輪手推車

รถเข็นล้อเดียว

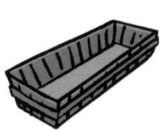

飼料槽

รางน้ำ

牛奶罐

ถังใส่นม

麻布袋

กระสอบ

柵欄

รั้ว

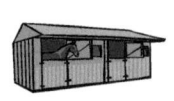

馬廄

คอกม้า

溫室

เรือนกระจก

土壤

ดิน

種子

เมล็ดพืช

肥料

ปุ๋ย

聯合收割機

เครื่องเกียวนวดข้าว

收割
เก็บเกี่ยว

收割
การเก็บเกี่ยว

地瓜
มันเทศ

小麥
ข้าวสาลี

大豆
ถั่วเหลือง

土豆
มันฝรั่ง

玉米
ข้าวโพด

油菜籽
ดอกเรพซีด

果樹
ต้นไม้ที่ออกผล

樹薯
มันสำปะหลัง

穀物
ธัญพืช

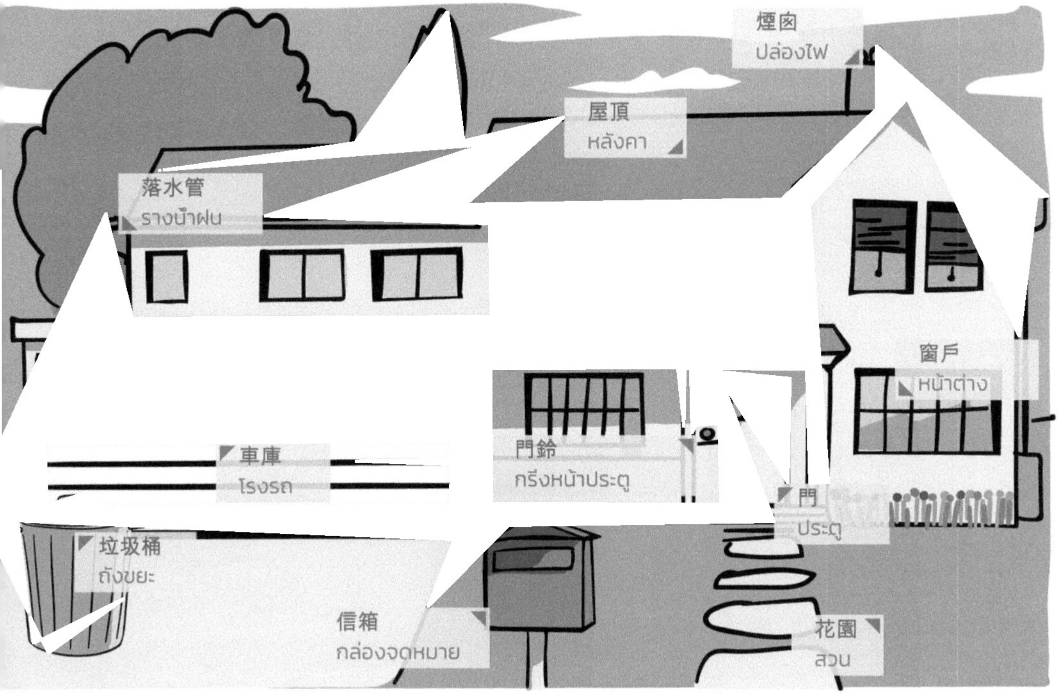

煙囪
ปล่องไฟ

屋頂
หลังคา

落水管
รางน้ำฝน

窗戶
หน้าต่าง

車庫
โรงรถ

門鈴
กริ่งหน้าประตู

門
ประตู

垃圾桶
ถังขยะ

信箱
กล่องจดหมาย

花園
สวน

客廳

ห้องนั่งเล่น

浴室

ห้องน้ำ

廚房

ห้องครัว

臥室

ห้องนอน

兒童房

ห้องพักสำหรับเด็ก

餐廳

ห้องอาหาร

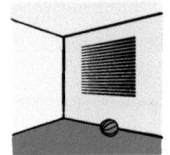

地板

พื้น

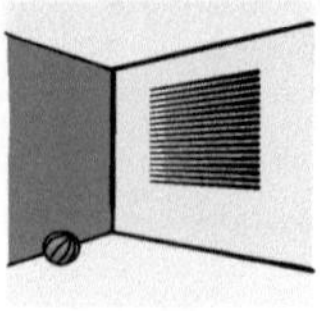

牆壁

ผนัง

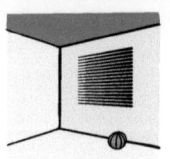

天花板

เพดาน

地窖

ห้องเก็บของใต้ดิน

三溫暖

ซาวน่า

陽臺

ระเบียง

露臺

ลานตะพักลำน้ำ

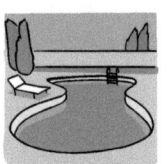

游泳池

สระว่ายน้ำ

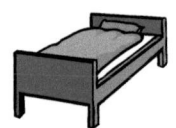

割草機

เครื่องตัดหญ้า

被單

ผ้าปูที่นอน

床罩

ผ้าคลุมเตียง

床

เตียง

掃帚

ไม้กวาด

水桶

ถังน้ำ

開關

สวิตช์

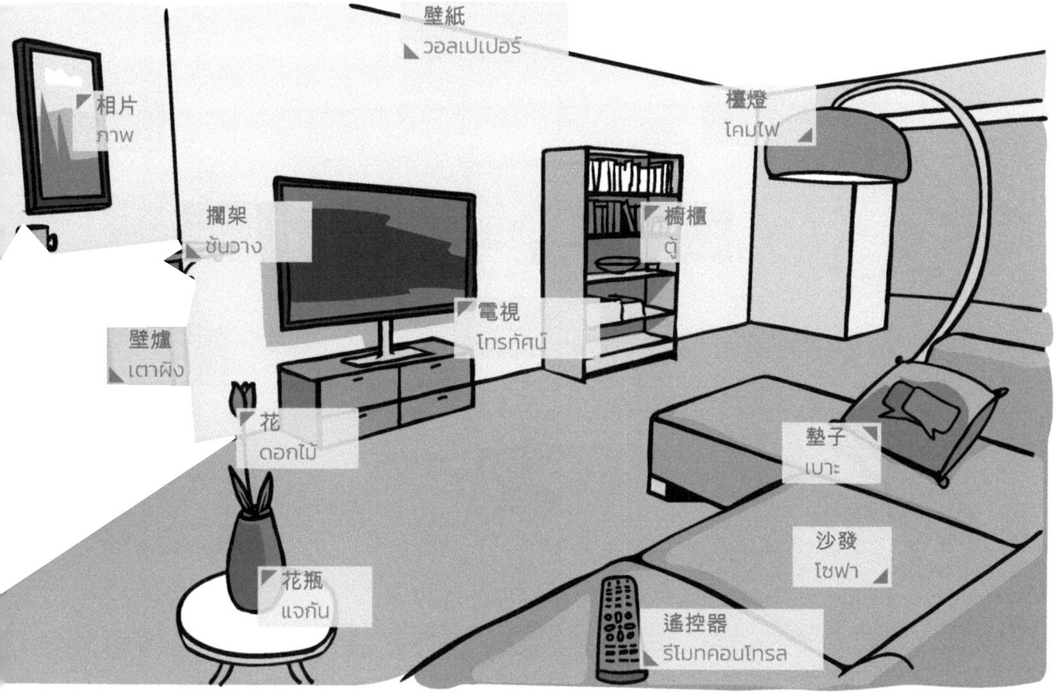

壁紙
วอลเปเปอร์
相片
ภาพ
檯燈
โคมไฟ
擱架
ชั้นวาง
櫥櫃
ตู้
電視
โทรทัศน์
壁爐
เตาผิง
花
ดอกไม้
墊子
เบาะ
沙發
โซฟา
花瓶
แจกัน
遙控器
รีโมทคอนโทรล

地毯

พรมเช็ดเท้า

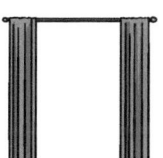

窗簾

ผ้าม่าน

餐桌

โต๊ะ

椅子

เก้าอี้

搖椅

เก้าอี้โยก

扶手椅

เก้าอี้ที่มีที่วางแขน

書
หนังสือ

毯子
ผ้าห่ม

裝飾品
ของตกแต่ง

木柴
ฟืน

電影
ภาพยนตร์

高傳真音響
เครื่องเสียงระบบไฮไฟ

鑰匙
กุญแจ

報紙
หนังสือพิมพ์

油畫
จิตรกรรม

海報
โปสเตอร์

收音機
วิทยุ

筆記本
สมุด

吸塵器
เครื่องดูดฝุ่น

仙人掌
ตะบองเพชร

蠟燭
เทียนไข

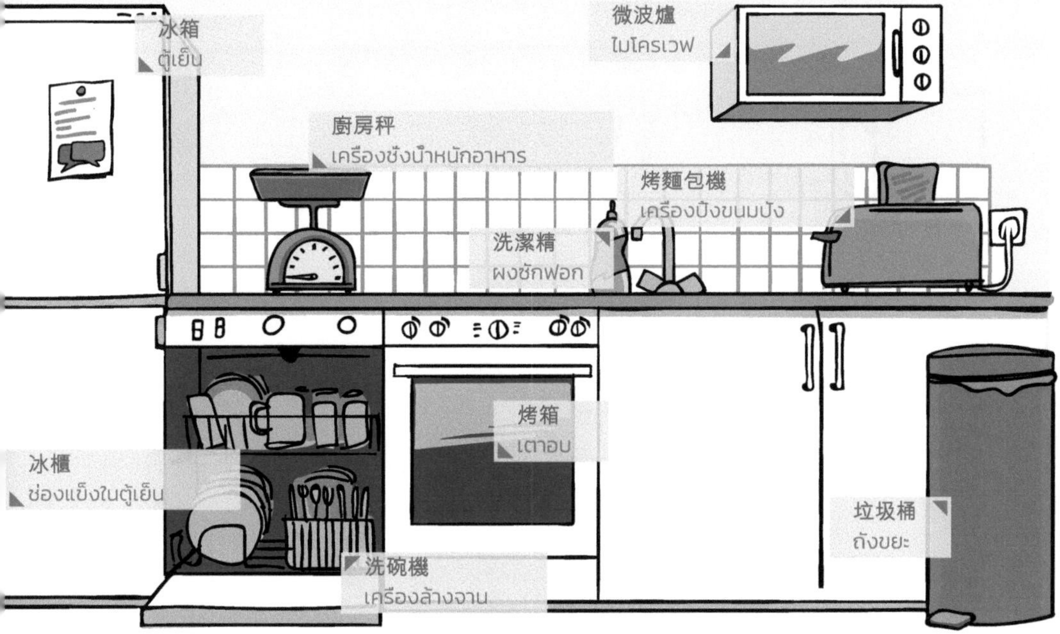

冰箱
ตู้เย็น

微波爐
ไมโครเวฟ

廚房秤
เครื่องชั่งน้ำหนักอาหาร

烤麵包機
เครื่องปิ้งขนมปัง

洗潔精
ผงซักฟอก

烤箱
เตาอบ

冰櫃
ช่องแข็งในตู้เย็น

垃圾桶
ถังขยะ

洗碗機
เครื่องล้างจาน

炊具
เตาปรุงอาหาร

鍋
หม้อ

鑄鐵鍋
หม้อเหล็กหล่อ

炒鍋
กระทะจีน

平底鍋
กระทะ

水壺
กาต้มน้ำ

蒸鍋

หม้อไอน้ำ

烤盤

ถาดอบ

陶瓷鍋

เครื่องถ้วยชาม

馬克杯

เหยือก

碗

ชาม

筷子

ตะเกียบ

長柄勺

ทัพพีด้ามยาว

鏟子

ตะหลิว

攪拌器

ที่ตีไข่

濾網

ที่กรอง

篩子

กระชอน

磨碎機

ที่ขูด

研缽

ครก

燒烤

บาร์บีคิว

明火

แคมป์ไฟถาวร

菜板

เขียง

擀麵杖

ไม้นวดแป้ง

開瓶器

สว่านเปิดจุกขวด

罐子

กระป๋อง

開罐器

ที่เปิดกระป๋อง

隔熱手套

ถุงมือจับของร้อน

水槽

อ่างล้างจาน

刷子

แปรง

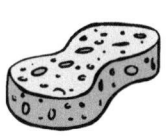

海綿

ฟองน้ำ

攪拌機

เครื่องปั่น

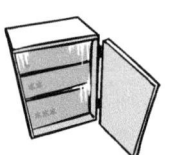

冷藏箱

ตู้แช่แข็ง

奶瓶

ขวดนม

水龍頭

ก๊อกน้ำ

供暖裝置
เครื่องทำความร้อน

淋浴
ฝักบัว

毛巾
ผ้าเช็ดมือ

浴簾
ม่านห้องน้ำ

泡沫浴
สบู่ทำฟอง

浴缸
อ่างอาบน้ำ

玻璃杯
แก้วน้ำ

洗衣機
เครื่องซักผ้า

瓷磚
กระเบื้อง

水龍頭
ก๊อกน้ำ

便壺
โถส้วมสำหรับเด็ก

水槽
อ่างล้างจาน

廁所
ห้องส้วม

蹲便器
ส้วมนั่งยอง

坐浴器
โถปัสสาวะหญิง

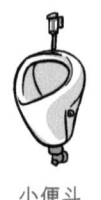

小便斗
โถปัสสาวะชาย

廁紙
กระดาษชำระสำหรับใช้ในห้องน้ำ

馬桶刷
แปรงขัดห้องน้ำ

牙刷

แปรงสีฟัน

牙膏

ยาสีฟัน

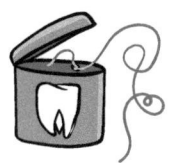

牙線

ไหมขัดฟัน

洗

ล้าง

手持式蓮蓬頭

ฝักบัวมือ

沖洗器

สายฉีดชำระ

洗臉盆

อ่างล้างหน้า

洗背刷

แปรงถูหลัง

肥皂

สบู่

沐浴露

เจลอาบน้ำ

洗髮乳

แชมพู

法蘭絨

ผ้าสักหลาด

排水

ท่อระบายน้ำทิ้ง

乳霜

ครีม

除臭劑

ผลิตภัณฑ์ระงับกลิ่นตัว

鏡子

กระจก

手鏡

กระจกถือ

刮鬍刀

ที่โกนหนวด

刮鬍泡沫

โฟมโกนหนวด

鬍後水

โลชั่นบำรุงผิวหลังโกนหนวด

梳子

หวี

刷子

แปรง

吹風機

ไดร์เป่าผม

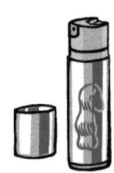

噴髮定型劑

สเปรย์ฉีดผม

化妝品

ชุดเครื่องสำอาง

唇膏

ลิปสติก

指甲油

น้ำยาทาเล็บ

化妝棉

สำลี

指甲剪

กรรไกรตัดเล็บ

香水

น้ำหอม

洗漱包

กระเป๋าอาบน้ำ

凳子

เก้าอี้สามขา

計重秤

เครื่องชั่งน้ำหนัก

浴袍

เสื้อคลุมอาบน้ำ

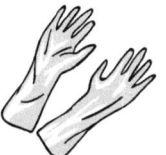

橡膠手套

ถุงมือยาง

衛生棉條

ผ้าอนามัยแบบสอด

衛生棉

ผ้าอนามัย

化學廁所

ส้วมเคมี

ห้องพักสำหรับเด็ก

鬧鐘
นาฬิกาปลุก
毛絨玩具
ของเล่นน่ารักน่ากอด
玩具車
รถยนต์ของเล่น
撥浪鼓
ของเล่นประเภทเขย่าแล้วมีเสียง
玩具屋
บ้านตุ๊กตา
禮物
ของขวัญ

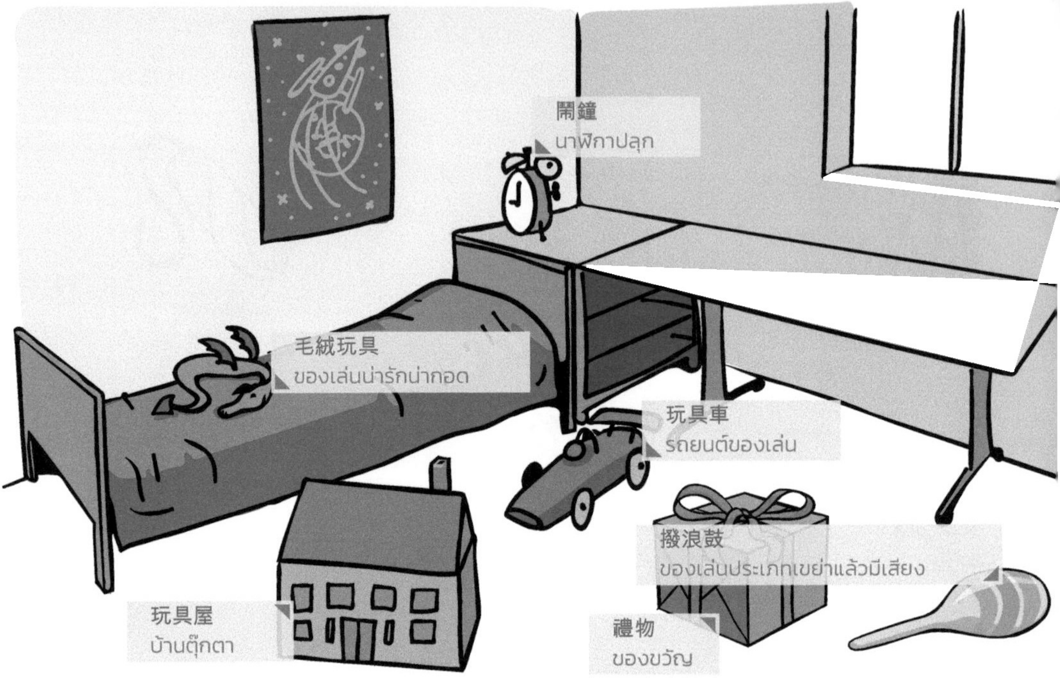

氣球

ลูกโป่ง

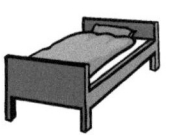

床

เตียง

嬰兒車

รถเข็นเด็ก

撲克牌

สำรับไพ่

拼圖

จิ๊กซอว์

漫畫

หนังสือการ์ตูน

樂高積木
ตัวต่อเลโก้

積木玩具
บล็อกของเล่น

公仔
ฟิกเกอร์แบบขยับท่าทางได้

嬰兒服
เสื้อผ้าทารก

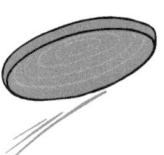

飛盤
จานร่อน

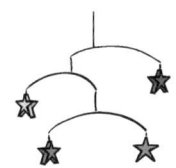

床鈴玩具
โมบายแขวนหัวเตียงเด็ก

棋盤遊戲
เกมกระดาน

骰子
ลูกเต๋า

火車模型
ชุดรถไฟจำลอง

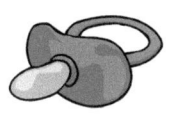

安撫奶嘴
หุ่น

派對
ปาร์ตี้

繪本
หนังสือภาพ

球
ลูกบอล

洋娃娃
ตุ๊กตา

玩
เล่น

沙坑
หลุมทราย

鞦韆
ชิงช้า

玩具
ของเล่น

電玩遊戲
เครื่องเล่นวิดีโอเกม

三輪車
รถจักรยานสามล้อ

泰迪熊
ตุ๊กตาหมี

衣櫃
ตู้เสื้อผ้า

เสื้อผ้า

襪子
ถุงเท้า

長襪
ถุงน่อง

緊身褲
กางเกงรัดรูป

圍巾
ผ้าพันคอ
雨傘
ร่ม
T恤
เสื้อยืดคอกลม
皮帶
เข็มขัด
靴子
ร้องเท้าบูท
拖鞋
รองเท้าสวมเดินในบ้าน
運動鞋
รองเท้ากีฬา

涼鞋

รองเท้าแตะ

鞋

รองเท้า

雨靴

ร้องเท้าบูทยาง

內褲

กางเกงชั้นใน

胸罩

ยกทรง

背心

เสื้อกล้าม

身體

เสื้อรัดรูป

褲子

กางเกงขายาว

牛仔褲

กางเกงยีน

短裙

กระโปรง

女式襯衫

เสื้อเชิ้ตสตรี

襯衫

เสื้อเชิ้ต

套頭衫

เสื้อกันหนาว

連帽上衣

เสื้อคลุมมีหมวก

西裝夾克

เสื้อเบลเซอร์

夾克

เสื้อแจ็กเก็ต

外套

เสื้อโค้ท

雨衣

เสื้อกันฝน

套裝

เครื่องแต่งกาย

連衣裙

ชุดเดรส

婚紗

ชุดแต่งงาน

衣服 - เสื้อผ้า

西裝

เสื้อสูท

睡袍

ชุดราตรี

睡衣

ชุดนอน

莎麗

ผ้าส่าหรี

頭巾

ฮิญาบ

包頭巾

ผ้าโพกศรีษะ

波卡

เสื้อบุรเกาะ

卡夫坦

เสื้อคลุมคาฟตาน

(阿拉伯式)長袍

เสื้อคลุมอบายะห์

泳衣

ชุดว่ายน้ำ

男式泳褲

กางเกงว่ายน้ำ

短褲

กางเกงขาสั้น

運動服

ชุดวอร์ม

圍裙

ผ้ากันเปื้อน

手套

ถุงมือ

鈕扣

กระดุม

眼鏡

แว่นตา

手鏈

กำไลข้อมือ

項鍊

สร้อยคอ

戒指

แหวน

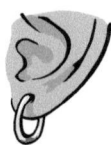

耳環

ต่างหู

便帽

หมวกแก๊ป

衣架

ที่แขวนเสื้อโค้ท

帽子

หมวกปีกกว้าง

領帶

เนคไท

拉鍊

ซิป

安全帽

หมวกกันน็อก

背帶

สายโยงกางเกง

校服

ชุดนักเรียน

制服

เครื่องแบบ

圍兜

ผ้ากันเปื้อนเด็ก

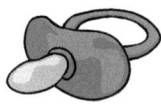

安撫奶嘴

หุ่น

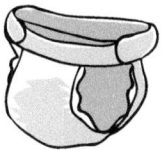

尿布

ผ้าอ้อม

สำนักงาน

伺服器
เซิร์ฟเวอร์
檔案櫃
ตู้เก็บเอกสาร
印表機
ปรินเตอร์/เครื่องพิมพ์
紙
กระดาษ
螢幕
หน้าจอ
滑鼠
เมาส์
鍵盤
แป้นพิมพ์
簍
ใส่เศษกระดาษที่ไม่ใช้แล้ว

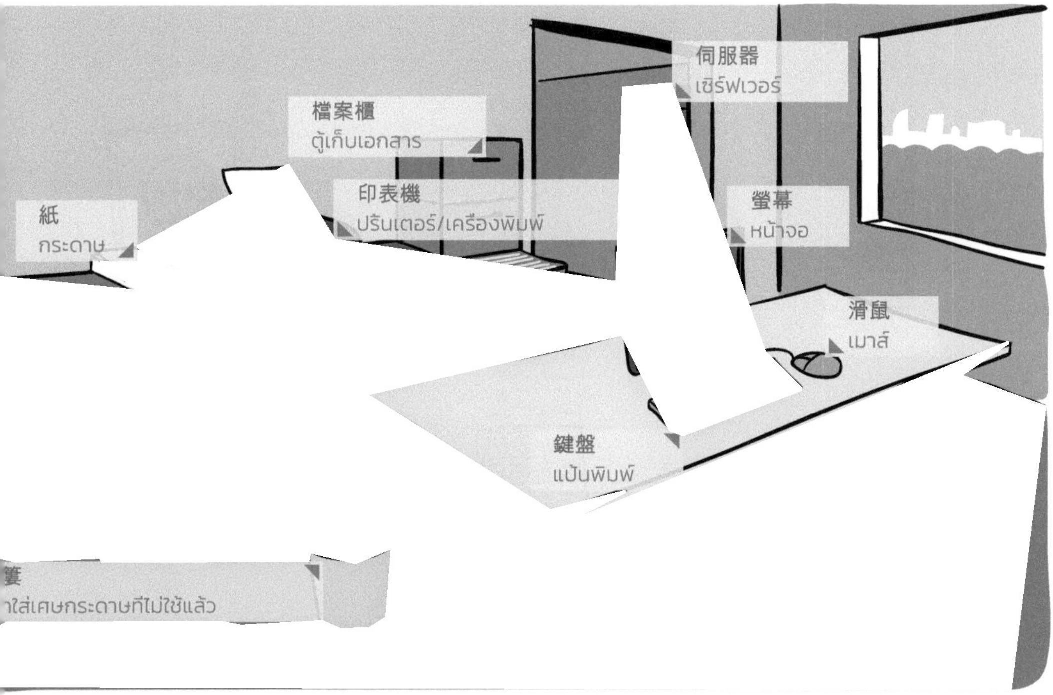

咖啡杯

แก้วมัคใส่กาแฟ

計算機

เครื่องคิดเลข

網際網路

อินเตอร์เน็ต

辦公室 - สำนักงาน 49

筆記型電腦

คอมพิวเตอร์แบบพกพา

信件

จดหมาย

簡訊

ข้อความ

行動電話

โทรศัพท์มือถือ

網路

เครือข่าย

影印機

เครื่องถ่ายเอกสาร

軟體

ซอฟต์แวร์

電話

โทรศัพท์

插座

ปลั๊กตัวเมีย/เต้าเสียบ

傳真機

เครื่องแฟกซ์

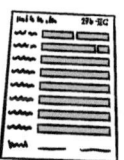

表格

แบบฟอร์ม

檔案

เอกสาร

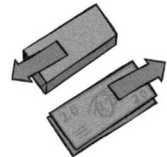

買

ซื้อ

付錢

จ่าย

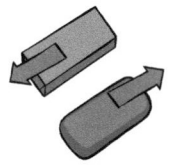

交易

แลกเปลี่ยน

現金

เงิน

USD

美元

ดอลลาร์

EUR

歐元

ยูโร

JPY

日元

เยน

RUB

盧布

รูเบิล

CHF

瑞士法郎

ฟรังก์สวิส

CNY

人民幣

หยวนเหรินหมินปี้

INR

盧比

รูปี

提款處

เครื่องสำหรับกดเงินสดจากธนา
คาร

外幣兌換處

สำนักงานแลกเปลี่ยนเงินตรา

金

ทอง

銀

เงิน

石油

น้ำมัน

能源

พลังงาน

價格

ราคา

合約

สัญญา

稅金

ภาษี

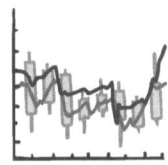

股票

หุ้น

工作

ทำงาน

職員

ลูกจ้าง

老闆

นายจ้าง

工廠

โรงงาน

商店

ร้านค้า

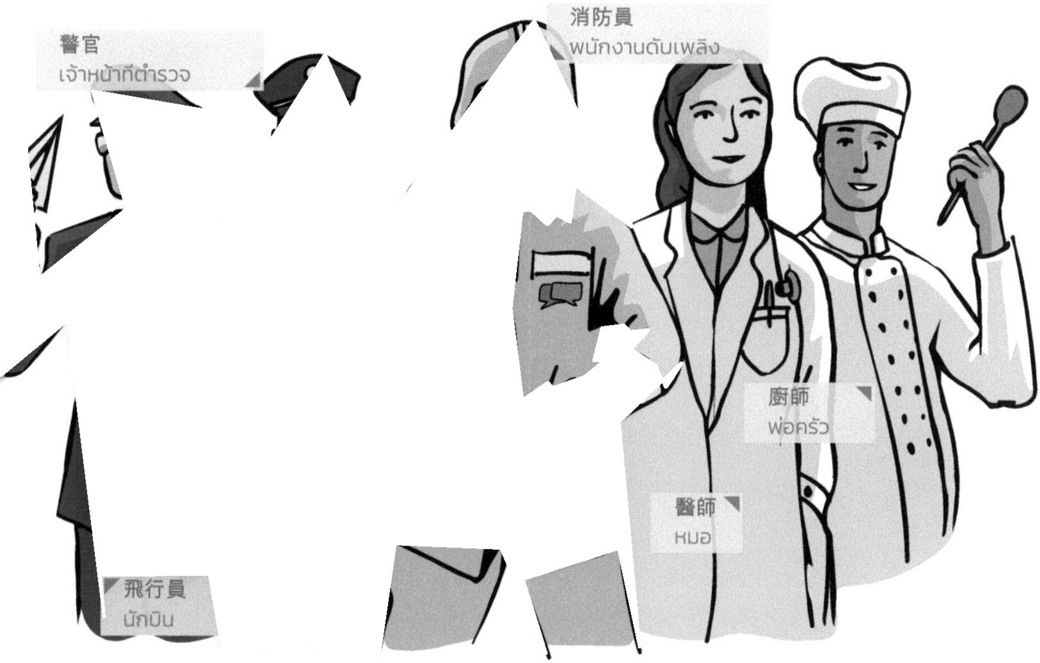

警官
เจ้าหน้าที่ตำรวจ

消防員
พนักงานดับเพลิง

廚師
พ่อครัว

醫師
หมอ

飛行員
นักบิน

園丁
ชาวสวน

木匠
ช่างไม้

裁縫
ช่างเย็บผ้าที่เป็นผู้หญิง

法官
ผู้พิพากษา

化學家
นักเคมี

演員
นักแสดงชาย

公車司機

คนขับรถประจำทาง

計程車司機

คนขับรถแท็กซี่

漁夫

ชาวประมง

清洗女工

แม่บ้านทำความสะอาด

屋頂工

ช่างมุงหลังคา

服務生

บริกรชาย

獵人

นายพราน

畫家

จิตรกร

麵包師

คนทำขนมปัง

電工

ช่างไฟฟ้า

建築工人

ช่างก่อสร้าง

工程師

วิศวกร

屠夫

คนขายเนื้อ

水管工

ช่างประปา

郵差

บุรุษไปรษณีย์

士兵
ทหาร

建築師
สถาปนิก

收銀員
พนักงานจ่ายเงิน

花農
คนขายดอกไม้

理髮師
ช่างทำผม

售票員
พนักงานตรวจตั๋ว

機械技師
ช่างซ่อมรถยนต์

船長
กัปตัน

牙醫
ทันตแพทย์

科學家
นักวิทยาศาสตร์

拉比
แรบไบ

伊瑪目
อิหม่าม

和尚
พระ

牧師
พระ/นักบวช

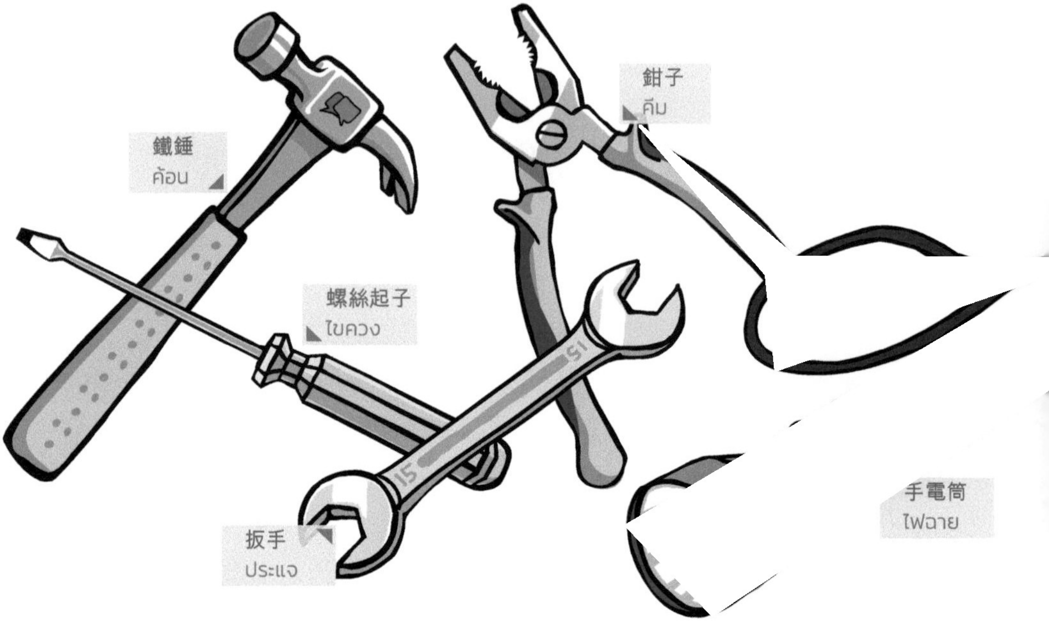

鐵錘
ค้อน ▸

鉗子
▸ คีม

螺絲起子
▸ ไขควง

扳手
ประแจ

手電筒
ไฟฉาย

挖掘機

เครื่องขุด

工具箱

กล่องเครื่องมือ

梯子

กระได

鋸子

เลื่อย

釘子

ตะปู

鑽機

สว่าน

修

ซ่อมแซม

鏟子

พลั่ว

糟糕！

ตายห่า!

畚箕

ที่โกยขยะ

油漆桶

ถังสี

螺絲

สกรู

เครื่องดนตรี

揚聲器
ลำโพง
吉他
กีตาร์
低音提琴
ดับเบิลเบส
小號
ทรัมเป็ต

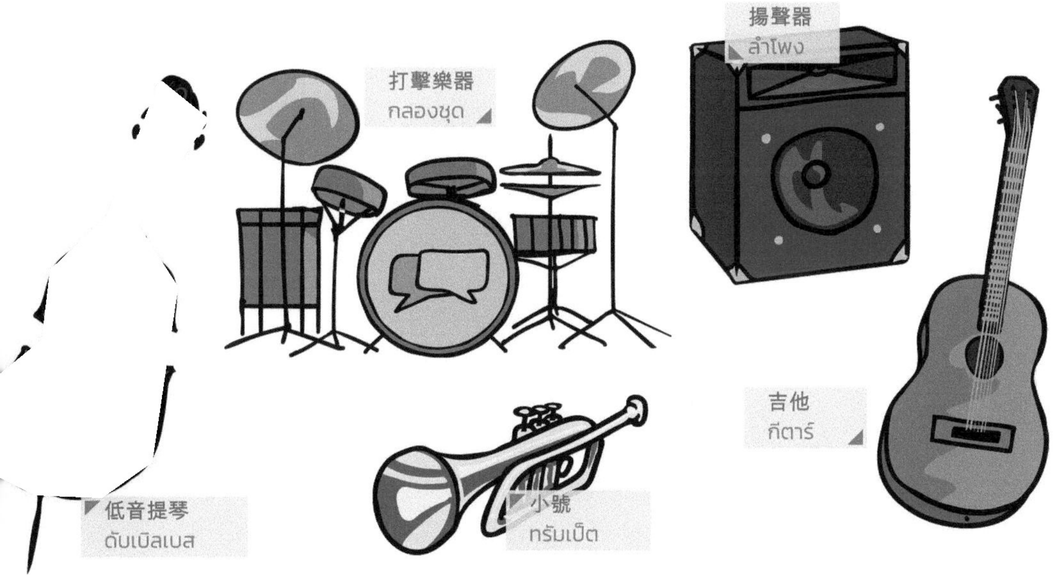

鋼琴
เปียโน

小提琴
ไวโอลิน

貝斯
เบส

定音鼓
กลองทิมปานี

鼓
กลอง

電子琴
คีย์บอร์ด

薩克斯風
แซ็กโซโฟน

長笛
ฟลูต

麥克風
ไมโครโฟน

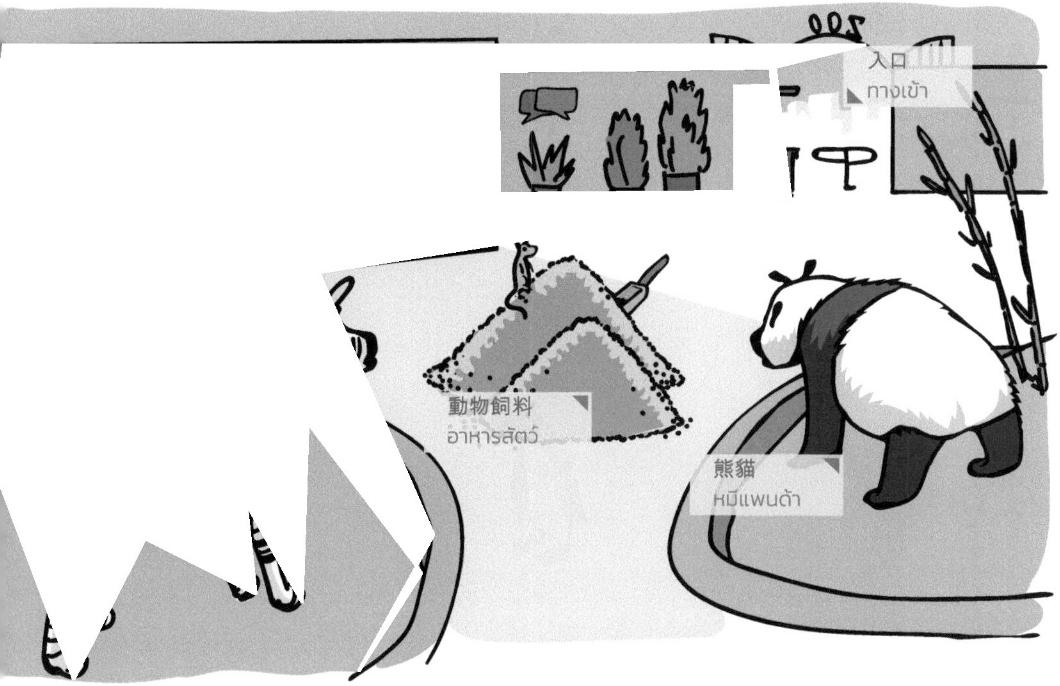

入口
ทางเข้า

動物飼料
อาหารสัตว์

熊貓
หมีแพนด้า

動物

สัตว์

大象

ช้าง

袋鼠

จิงโจ้

犀牛

แรด

大猩猩

กอริลล่า

熊

หมี

駱駝

อูฐ

鴕鳥

นกกระจอกเทศ

獅子

สิงโต

猴子

ลิง

紅鶴

นกฟลามิงโก

鸚鵡

นกแก้ว

北極熊

หมีขั้วโลก

企鵝

เพนกวิน

鯊魚

ฉลาม

孔雀

นกยูง

蛇

งู

鱷魚

จระเข้

動物園管理員

ผู้ดูแลสัตว์

海豹

แมวน้ำ

美洲豹

เสือจากัวร์

矮種馬

ม้าพันธุ์เล็ก

豹

เสือดาว

河馬

ฮิปโป

長頸鹿

ยีราฟ

老鷹

เหยียว

野豬

หมูป่าตัวผู้

魚

ปลา

龜

เต่า

海象

ช้างน้ำ

狐狸

จิ้งจอก

羚羊

กาเซลล์

กีฬา

橄欖球
อเมริกันฟุตบอล
騎腳踏車
ขี่จักรยาน
網球
เทนนิส
籃球
บาสเกตบอล
游泳
ว่ายน้ำ
拳擊
มวย
冰球
ฮอคกีน้ำแข็ง

美式足球

ฟุตบอล

羽毛球

แบดมินตัน

田徑

กรีฑา

手球

แฮนด์บอล

滑雪

สกี

馬球

กีฬาโปโลน้ำ

跳
กระโดด

擁抱
กอด

笑
หัวเราะ

走路
เดิน

唱
ร้องเพลง

做夢
ฝัน

祈禱
ภาวนา/สวดมนต์

親吻
จูบ

書寫
เขียน

畫
วาดภาพ

展示
แสดง

推
ผลัก

給
ให้

拿
เอาไป

有
มี

做
ทำ

當
เป็น

站
ยืน

跑
วิ่ง

拉
ดึง

丟
โยน

摔倒
ตก/หล่น

躺
นอนเหยียดยาว

等待
รอคอย

攜帶
ถือ

坐
นั่ง

穿衣
แต่งตัว

睡覺
นอนหลับ

醒來
ตื่น

看

มองดู

哭

ร้องไห้

撃

ลูบ

梳頭

หวีผม

交談

พูดคุย

明白

เข้าใจ

問

ถาม

聽

ฟัง

喝

ดื่ม

吃

กิน

清理

จัดให้เป็นระเบียบ

愛

รัก

做飯

ทำอาหาร

開車

ขับรถ

飛

บิน

航行

ล่องเรือ

計算

คำนวณ

讀

อ่าน

學習

เรียนรู้

工作

ทำงาน

結婚

แต่งงาน

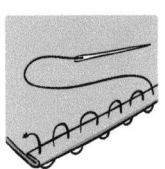

縫

เย็บ

刷牙

แปรงฟัน

殺

ฆ่า

抽菸

สูบบุหรี่

寄

ส่ง

祖母
ย่า/ยาย

祖父
ปู่/ตา

父親
พ่อ

母親
แม่

嬰兒
ทารก

女兒
ลูกสาว

兒子
ลูกชาย

客人

แขก

阿姨

ป้า

叔叔

ลุง

兄弟

พี่ชาย/น้องชาย

姐妹

พี่สาว/น้องสาว

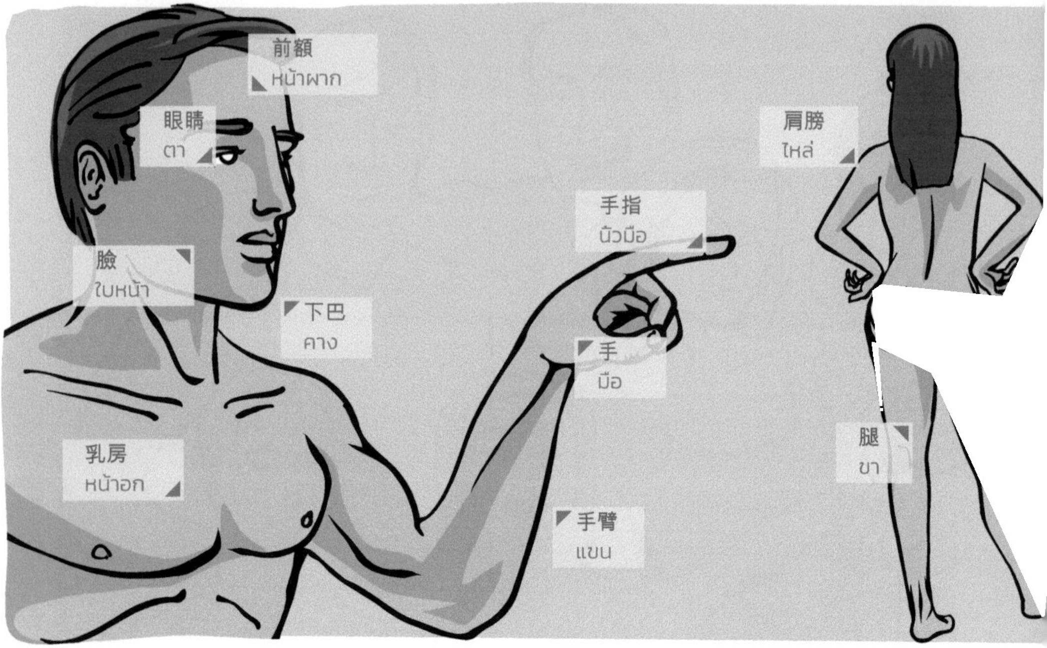

前額
หน้าผาก

眼睛
ตา

肩膀
ไหล่

手指
นิ้วมือ

臉
ใบหน้า

下巴
คาง

手
มือ

乳房
หน้าอก

腿
ขา

手臂
แขน

嬰兒

ทารก

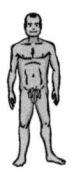

男人

ผู้ชาย

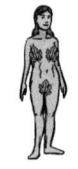

女人

ผู้หญิง

女孩

เด็กผู้หญิง

男孩

เด็กผู้ชาย

頭

ศีรษะ

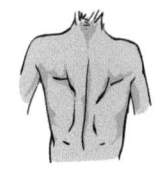

背部

หลัง

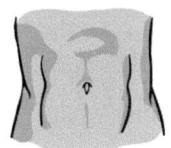

肚子

ท้อง

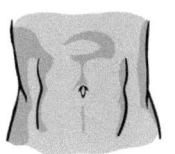

肚臍

สะดือ

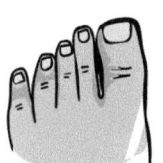

腳趾

นิ้วเท้า

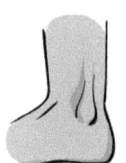

腳後跟

ส้นเท้า

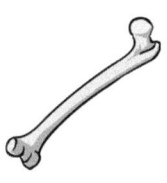

骨頭

กระดูก

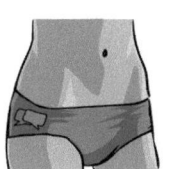

臀部

สะโพก

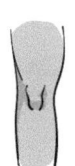

膝蓋

หัวเข่า

手肘

ข้อศอก

鼻子

จมูก

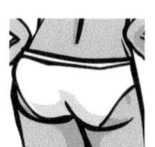

屁股

ก้น

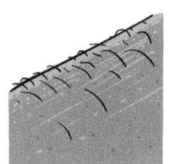

皮膚

ผิวหนัง

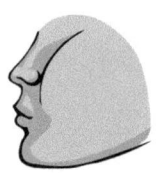

臉頰

แก้ม

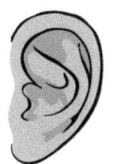

耳朵

หู

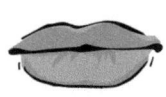

嘴唇

ริมฝีปาก

嘴

ปาก

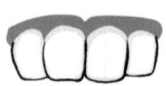

牙齒

ฟัน

舌頭

ลิ้น

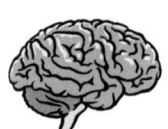

腦

สมอง

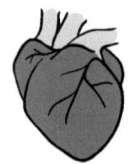

心臟

หัวใจ

肌肉

กล้ามเนื้อ

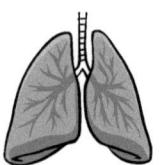

肺

ปอด

肝臟

ตับ

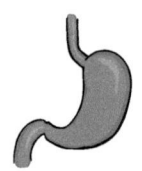

胃

กระเพาะ

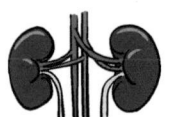

腎臟

ไต

性交

เพศสัมพันธ์

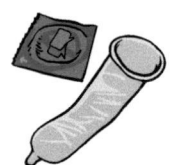

保險套

ถุงยาง

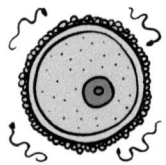

卵子

เซลล์ไข่

精子

น้ำอสุจิ

懷孕

การตั้งครรภ์

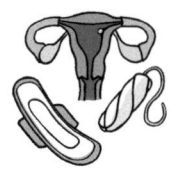

月事

ประจำเดือน

陰道

ช่องคลอด

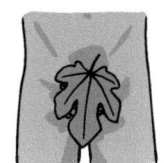

陰莖

องคชาต

眉毛

คิ้ว

頭髮

เส้นผม

脖子

คอ

โรงพยาบาล

醫院
โรงพยาบาล
急救車
รถพยาบาล
骨折
รอยแตก

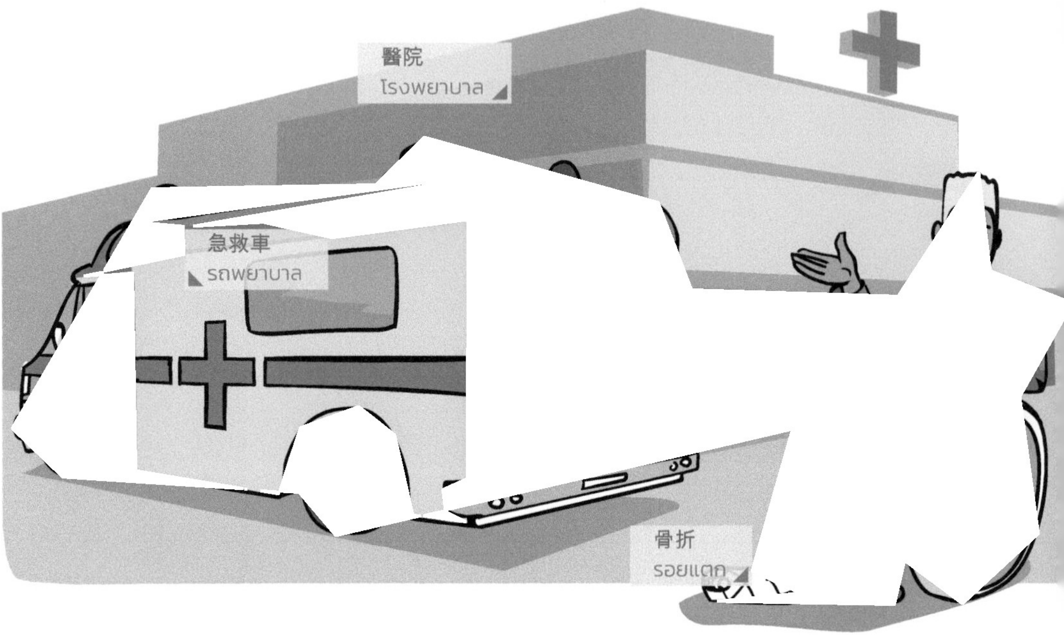

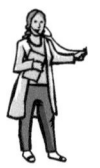

醫師

หมอ

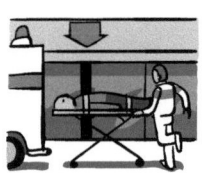

急診室

ห้องฉุกเฉิน

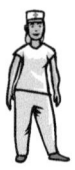

護理師

พยาบาล

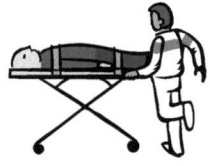

緊急情形

ฉุกเฉิน

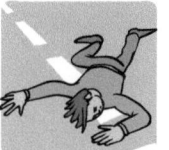

昏迷

หมดสติ

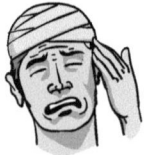

痛

อาการเจ็บปวด

受傷
การบาดเจ็บ

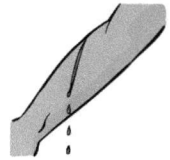

出血
เลือดไหล

心臟病發作
หัวใจวาย

中風
โรคหลอดเลือดในสมอง

過敏
โรคภูมิแพ้

咳嗽
ไอ

發燒
ไข้

流感
ไข้หวัด

腹瀉
ท้องเสีย

頭痛
การปวดหัว

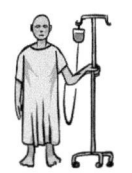

癌症
มะเร็ง

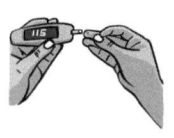

糖尿病
โรคเบาหวาน

外科醫師
ศัลยแพทย์

手術刀
มีดผ่าตัด

手術
การผ่าตัด

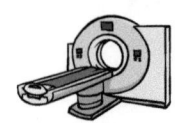

電腦斷層掃描

เครื่องเอกซเรย์คอมพิวเตอร์ควา
มเร็วสูง

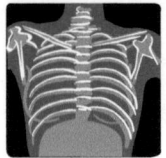

X光

เอกซเรย์

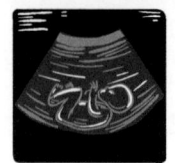

超音波

อัลตราซาวด์

口罩

หน้ากากอนามัย

疾病

โรค

候診室

ห้องรอตรวจ

拐杖

ไม้เท้า

石膏

ปลาสเตอร์ยา

繃帶

ผ้าพันแผล

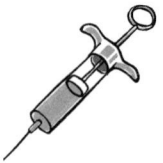

注射

ฉีดยา

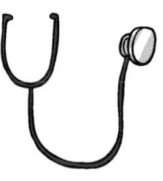

聽診器

เครื่องฟังตรวจ

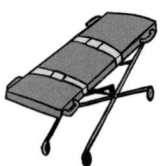

擔架

เปลหาม

體溫計

ปรอทวัดไข้

出生

การเกิด

超重

น้ำหนักเกิน

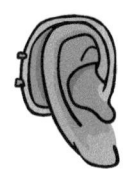

助聽器
เครื่องช่วยฟัง

消毒液
สารฆ่าเชื้อ

感染
การติดเชื้อ

病毒
ไวรัส

愛滋病
เอชไอวี/เอดส์

藥物
ยา

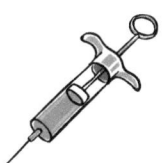

接種疫苗
การฉีดวัคซีน

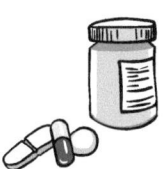

藥片
ยาเม็ด

藥丸
ยาเม็ดกลม

急救電話
โทรออกฉุกเฉิน

血壓計
เครื่องวัดความดันโลหิต

生病/健康
ป่วย/ สุขภาพดี

救命！

ช่วยด้วย!

警報

สัญญาณเตือนภัย

突擊

การทำร้าย

攻擊

การโจมตี

危險

อันตราย

緊急出口

ทางออกฉุกเฉิน

失火了！

ไฟไหม้!

滅火器

ถังดับเพลิง

意外

อุบัติเหตุ

急救箱

ชุดปฐมพยาบาลเบื้องต้น

呼救訊號

สัญญาณขอความช่วยเหลือ

員警

ตำรวจ

歐洲

ยุโรป

北美洲

อเมริกาเหนือ

南美洲

อเมริกาใต้

非洲

แอฟริกา

亞洲

เอเชีย

澳洲

ออสเตรเลีย

大西洋

แอตแลนติก

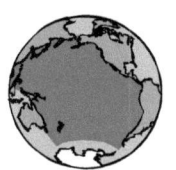

太平洋

แปซิฟิก

印度洋

มหาสมุทรอินเดีย

南冰洋

มหาสมุทรแอนตาร์กติก

北冰洋

มหาสมุทรอาร์กติก

北極

ขั้วโลกเหนือ

南極
ขั้วโลกใต้

南極洲
แอนตาร์กติกา

地球
โลก

陸地
พื้นดิน

海
ทะเล

島
เกาะ

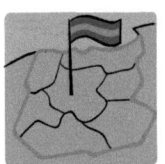

國家
ชาติ/ประชาชาติ

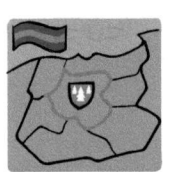

州
รัฐ

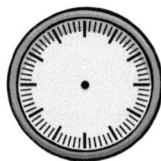

錶盤
หน้าปัดนาฬิกา

時針
เข็มชั่วโมง

分針
เข็มนาที

秒針
เข็มวินาที

現在幾點？
กี่โมงแล้ว?

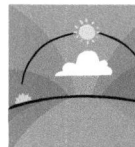

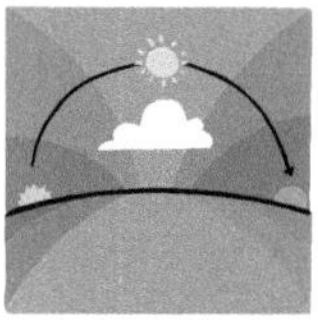

天
วัน

時間
เวลา

現在
ตอนนี้

電子錶
นาฬิกาดิจิตอล

分
นาที

時
ชั่วโมง

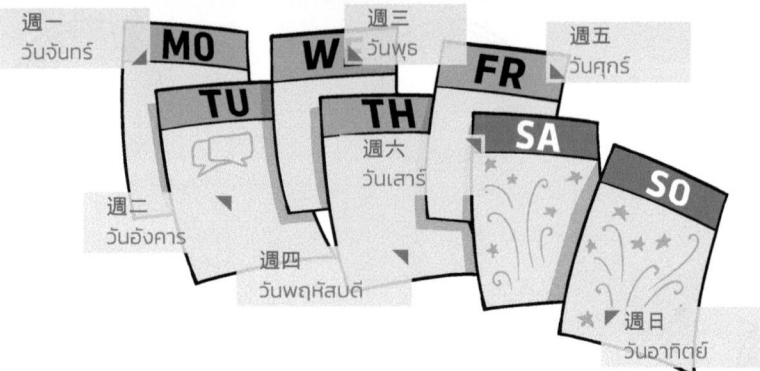

週一 วันจันทร์
週二 วันอังคาร
週三 วันพุธ
週四 วันพฤหัสบดี
週五 วันศุกร์
週六 วันเสาร์
週日 วันอาทิตย์

昨天
เมื่อวาน

今天
วันนี้

明天
พรุ่งนี้

早晨
ตอนเช้า

中午
ตอนเที่ยง

晚上
ตอนเย็น

工作日
วันทำการ

週末
วันสุดสัปดาห์

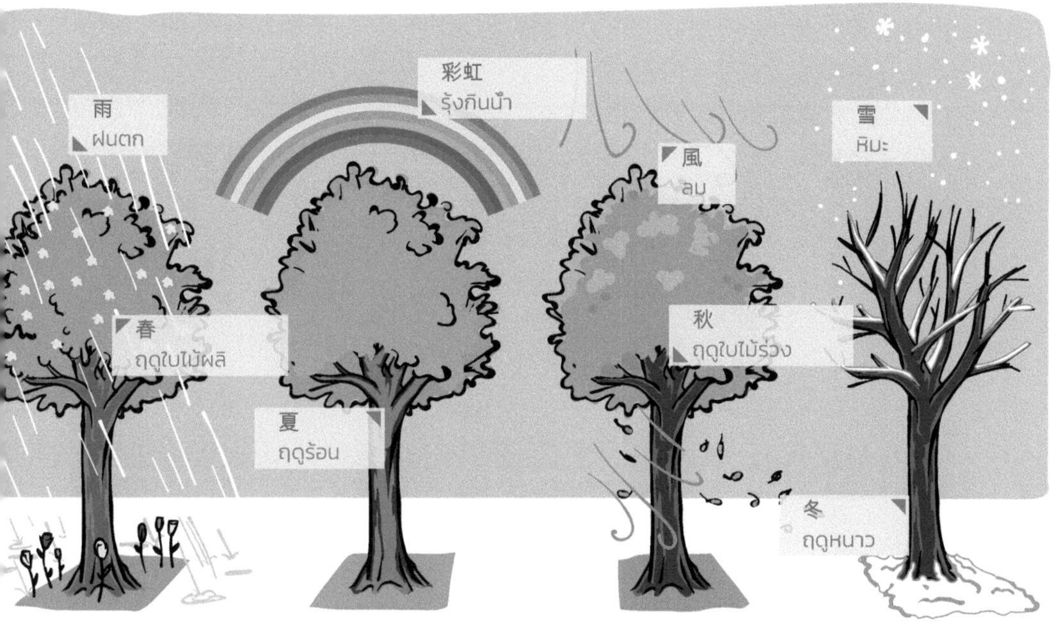

雨
▶ ฝนตก

彩虹
รุ้งกินน้ำ

風
ลม

雪
▶ หิมะ

春
ฤดูใบไม้ผลิ

夏
ฤดูร้อน

秋
ฤดูใบไม้ร่วง

冬
ฤดูหนาว

4.APRIL	11°	☀
5.APRIL	4°	☁
6.APRIL	13°	☂
7.APRIL	8°	☀
8.APRIL	10°	☀

天氣預告

การพยากรณ์อากาศ

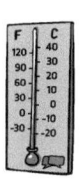

溫度計

เครื่องวัดอุณหภูมิ

陽光

แสงแดด

雲

ก้อนเมฆ

霧

หมอก

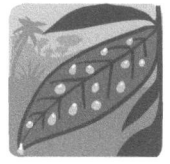

潮濕

ความชื้น

閃電

ฟ้าแลบ/ฟ้าผ่า

打雷

ฟ้าร้อง

風暴

พายุ

冰雹

ลูกเห็บ

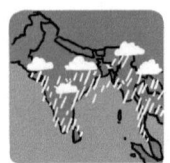

季風

ลมมรสุม

洪水

น้ำท่วม

冰

น้ำแข็ง

一月

มกราคม

二月

กุมภาพันธ์

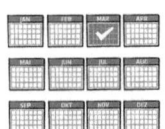

三月

มีนาคม

四月

เมษายน

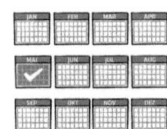

五月

พฤษภาคม

六月

มิถุนายน

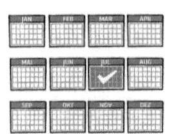

七月

กรกฎาคม

八月

สิงหาคม

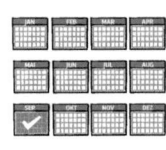

九月

กันยายน

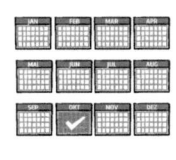

十月

ตุลาคม

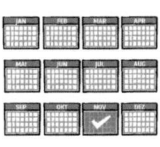

十一月

พฤศจิกายน

十二月

ธันวาคม

รูปร่าง

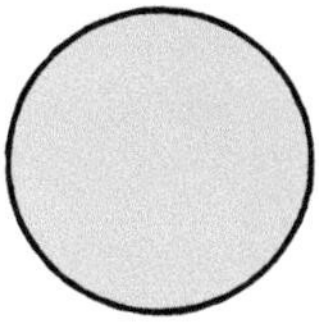

圓形

วงกลม

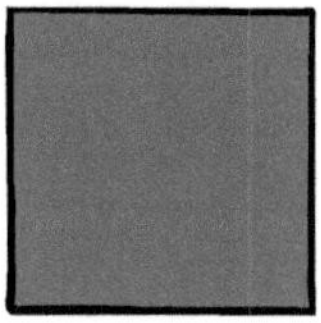

正方形

สี่เหลี่ยม

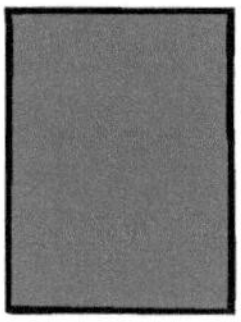

長方形

สี่เหลี่ยมผืนผ้า

三角形

สามเหลี่ยม

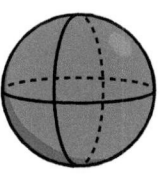

球體

ทรงกลม

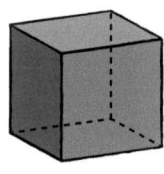

立方體

ลูกบาศก์

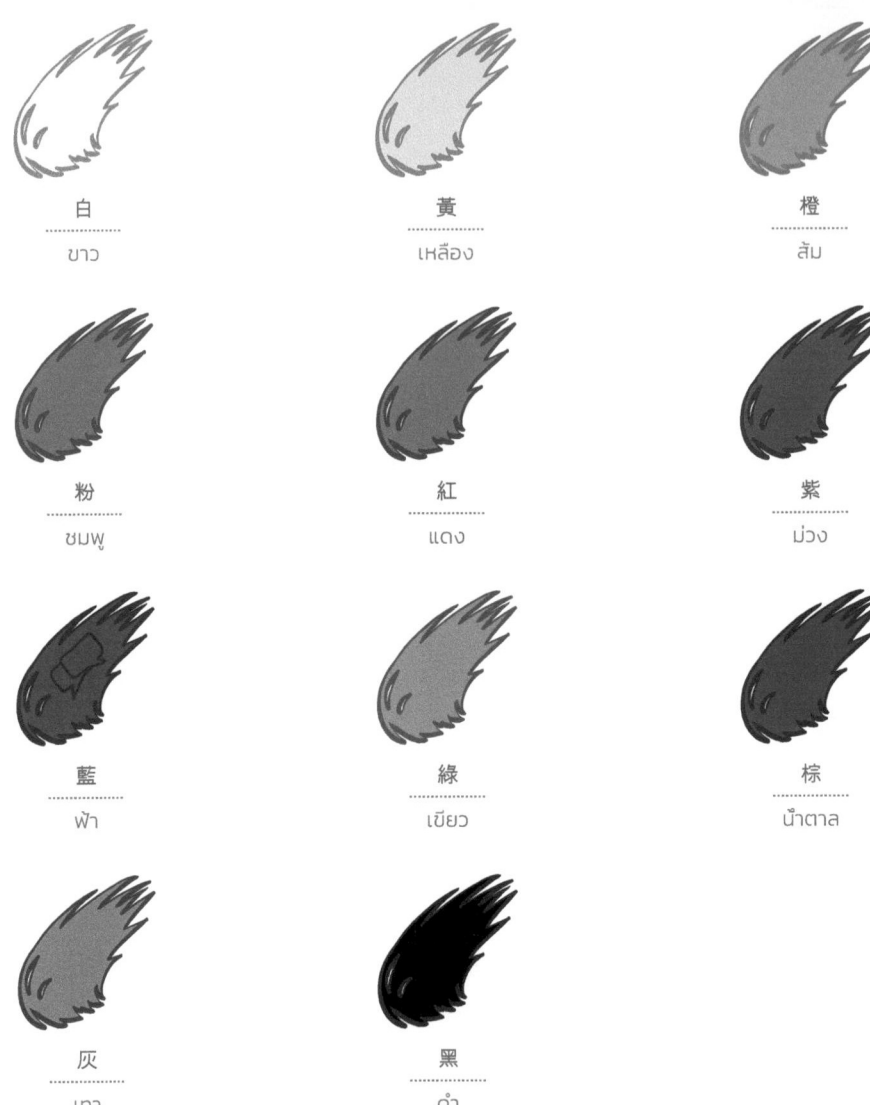

白

ขาว

黃

เหลือง

橙

ส้ม

粉

ชมพู

紅

แดง

紫

ม่วง

藍

ฟ้า

綠

เขียว

棕

น้ำตาล

灰

เทา

黑

ดำ

很多/少許

มาก/ น้อย

生氣/平靜

ฉุนเฉียว/ สงบ

美/醜

สวยงาม/ น่าเกลียด

首/尾

เริ่มต้น/ จบ

大/小

ใหญ่/ เล็ก

明/暗

สว่าง/ มืด

兄弟/姐妹

งชาย,พี่ชาย/ น้องสาว,พี่สาว

乾淨/骯髒

สะอาด/ สกปรก

完整/缺失

สมบูรณ์/ ไม่สมบูรณ์

白天/晚上

กลางวัน/ กลางคืน

死/生

ตาย/ มีชีวิต

寬/窄

กว้าง/ แคบ

可食用/非食用

กินได้/ กินไม่ได้

邪惡/善良

ชั่วร้าย/ ใจดี

興奮/無聊

น่าตื่นเต้น/ น่าเบื่อ

胖/瘦

อ้วน/ ผอม

第一/最後

อย่างแรก/ สุดท้าย

朋友/敵人

เพื่อน/ ศัตรู

滿/空

เต็ม/ ว่างเปล่า

硬/軟

แข็ง/ นุ่ม

重/輕

หนัก/ เบา

餓/渴

หิว/ กระหายน้ำ

生病/健康

ป่วย/ สุขภาพดี

非法/合法

ผิดกฎหมาย/ ถูกกฎหมาย

聰明/愚笨

ฉลาด/ โง่

左/右

ซ้าย/ ขวา

近/遠

ใกล้/ ไกล

反義詞 - ตรงกันข้าม

新/舊

ใหม่/ ใช้แล้ว

沒有/有些

ไม่มี/ บางสิ่งบางอย่าง

老/幼

แก่/ หนุ่ม

開/關

เปิด/ปิด

打開/闔上

เปิด/ ปิด

安靜/吵鬧

เงียบ/ ดัง

富/窮

รวย/ จน

對/錯

ถูก/ ผิด

粗糙/光滑

ขรุขระ/ เรียบ

傷心/高興

เศร้า/ ดีใจ

短/長

สั้น/ ยาว

慢/快

ช้า/ เร็ว

濕/乾

เปียก/ แห้ง

溫暖/涼爽

อบอุ่น/ หนาวเย็น

戰爭/和平

สงคราม/ สันติภาพ

反義詞 - ตรงกันข้าม

0

零

ศูนย์

1

一

หนึ่ง

2

二

สอง

3

三

สาม

4

四

สี่

5

五

ห้า

6

六

หก

7

七

เจ็ด

8

八

แปด

9

九

เก้า

10

十

สิบ

11

十一

สิบเอ็ด

12

十二

สิบสอง

13

十三

สิบสาม

14

十四

สิบสี่

15

十五

สิบห้า

16

十六

สิบหก

17

十七

สิบเจ็ด

18

十八

สิบแปด

19

十九

สิบเก้า

20

二十

ยี่สิบ

100

百

หนึ่งร้อย

1.000

千

หนึ่งพัน

1.000.000

百萬

หนึ่งล้าน

數字 - เลข/จำนวน

ภาษา

英語

ภาษาอังกฤษ

美式英語

ภาษาอังกฤษแบบอเมริกัน

普通話

ภาษาจีนแมนดาริน

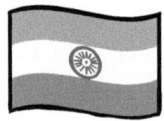

印地語

ภาษาฮินดี

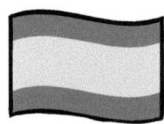

西班牙語

ภาษาสเปน

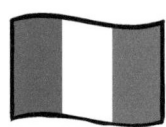

法語

ภาษาฝรั่งเศส

阿拉伯語

ภาษาอาหรับ

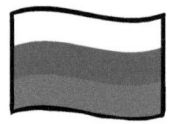

俄語

ภาษารัสเซีย

葡萄牙語

ภาษาโปรตุเกส

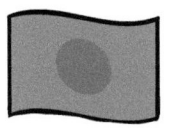

孟加拉語

ภาษาเบงกอล

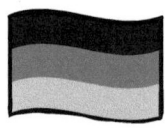

德語

ภาษาเยอรมัน

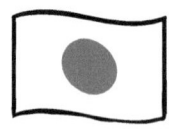

日語

ภาษาญี่ปุ่น

我

ฉัน

你

เธอ

他/她/它

เขา / หล่อน / มัน

我們

พวกเรา

你們

พวกคุณ

他們

พวกเขา

誰？

ใคร?

什麼？

อะไร?

如何？

อย่างไร?

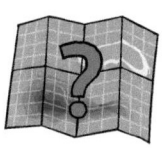

何處？

ที่ไหน?

何時？

เมื่อไหร่?

名字

ชื่อ

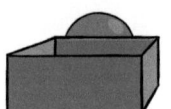

後面

ข้างหลัง

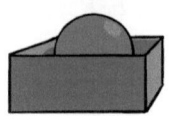

裡面

ใน

前面

ข้างหน้า

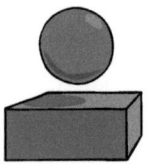

上方

เหนือ

上面

บน

下麵

ใต้

旁邊

ด้านข้าง

中間

ระหว่าง

地點

ตำแหน่ง